ਗੀਤਾ ਲਈ ਤੋਹਫ਼ਾ

A GIFT FOR GITA

by Rachna Gilmore

Illustrated by Alice Priestley

Panjabi Translation by Surinder Singh Attariwala

mantra

ਗੀਤਾ ਨੇ ਚਮਕੀਲੀ ਲੱਕੜ ਦੀ ਗੁੱਡੀ ਦੇ ਮੁਲਾਇਮ ਚੇਹਰੇ ਨੂੰ ਹੱਥ ਲਗਾਇਆ। ਉਸ ਨੂੰ ਬਹੁਤ ਚੰਗਾ ਲਗਦਾ ਸੀ ਕਿਵੇਂ ਇਹ ਵਿਚਕਾਰੋਂ ਖੁਲ੍ਹਦੀ ਹੈ ਅਤੇ ਦੂਜੀ ਗੁੱਡੀ ਇਸਦੇ ਅੰਦਰ ਅਤੇ ਇੱਕ ਹੋਰ ਉਸਦੇ ਅੰਦਰ – ਕੁਲ ਸੱਤ ਗੁੱਡੀਆਂ। ਉਸਦੀ ਨਾਨੀ ਜੀ ਇਹ ਇੰਡੀਆ ਤੋਂ ਲਿਆਏ ਸਨ। ਗੀਤਾ, ਮੰਮੀ ਅਤੇ ਡੈਡੀ ਤਿੰਨ ਸਾਲ ਪਹਿਲਾਂ ਇੰਡੀਆ ਤੋਂ ਆਏ ਸਨ ਅਤੇ ਨਾਨੀ ਜੀ ਦੀ ਇਹ ਪਹਿਲੀ ਫ਼ੇਰੀ ਸੀ।

Gita touched the smooth face of the bright, wooden doll. She loved how it opened around the centre with another doll inside and another inside that - seven in all. Naniji, her grandmother, had brought it from India. It was her first visit since Gita, Mum and Dad had left three years ago.

ਗੀਤਾ ਨੇ ਜੋ ਕੁੱਝ ਪਲੈਨ ਕੀਤਾ ਸੀ ਉਹ ਤਕਰੀਬਨ ਉਨ੍ਹਾਂ ਸਾਰਿਆਂ ਨੇ ਕੀਤਾ... ਪ੍ਰਭਾਤ ਵੇਲੇ ਨਹਿਰ ਵੱਲ ਫ਼ੇਰੀ, ਉਸਦੀ ਸੱਭ ਤੋਂ ਚੰਗੀ ਸਹੇਲੀ ਐਮੀ ਨਾਲ ਕੈਂਪ ਲਗਾਉਣਾ, ਨਾਨੀ ਜੀ ਲਈ ਸੁਆਦੀ ਅੰਬ ਵਾਲੀ ਆਈਸ ਕਰੀਮ।

ਗੀਤਾ ਨੇ ਨਾਨੀ ਜੀ ਨੂੰ ਜੱਫ਼ੀ ਪਾਈ। "ਤੁਹਾਨੂੰ ਆਈਸ ਸਕੇਟਿੰਗ ਕਰਨੀ ਚਾਹੀਦੀ ਹੈ। ਤੁਹਾਨੂੰ ਚੰਗਾ ਲਗੇਗਾ।"

ਨਾਨੀ ਜੀ ਹੱਸੇ। "ਉਹ ਨਹੀਂ! ਕੀ ਏਨਾ ਕਾਫ਼ੀ ਨਹੀਂ ਕਿ ਮੈਂ ਕਿਸ਼ਤੀ ਵਿੱਚ ਬੈਠੀ ਸੀ, ਭਾਵੇਂ ਤੂੰ ਮੈਨੂੰ ਡੋਬਣ ਦਾ ਯਤਨ ਕੀਤਾ ਸੀ?"

ਮੰਮ ਤੇ ਗੀਤਾ ਬਹੁਤ ਹੱਸੇ।

They'd done nearly everything Gita'd planned - walked along the canal at dawn, camped with her best friend Amy, made Naniji's delicious mango ice cream.

Gita hugged Naniji. "You have to try ice-skating. You'll love it."

Naniji chuckled. "Oh no! Isn't it enough that I got into that boat, even though you tried to drown me?"

Mum and Gita burst out laughing.

"ਡੈਡ, ਕੀ ਤੁਸੀਂ ਸਾਡੇ ਕੈਂਪਿੰਗ ਟ੍ਰਿੱਪ ਦੀਆਂ ਫ਼ੋਟੋ ਲਿਆਂਦੀਆਂ ਹਨ? ਉਹ ਜਿਸ ਵਿੱਚ ਨਾਨੀ ਜੀ ਕਿਸ਼ਤੀ ਵਿੱਚ ਬੈਠੇ ਸਨ?"

ਡੈਡ ਖਿੜਕੀ ਕੋਲ ਖੜੇ ਇੱਕ ਚਿੱਠੀ ਪੜ੍ਹ ਰਹੇ ਸਨ। ਉਹਨਾਂ ਉਪਰ ਵੇਖਿਆ। "ਗੀਤਾ ਮੈਨੂੰ ਅਫ਼ਸੋਸ ਹੈ ਮੈਨੂੰ ਭੁੱਲ ਗਿਆ ਸੀ।"

ਗੀਤਾ ਨੇ ਡੈਡ ਵੱਲ ਧਿਆਨ ਨਾਲ ਵੇਖਿਆ। ਕੀ ਗੱਲ ਸੀ?

"Dad, did you get the pictures of our camping trip yet? The ones of Naniji in the boat?"

Dad was standing by the window, reading a letter. He looked up. "I'm sorry, Gita, I forgot."

Gita looked at Dad closely. What was the matter?

ਡੈਡ ਨੇ ਚਿੱਠੀ ਨੂੰ ਲਪੇਟਿਆ ਅਤੇ ਬੈਠ ਗਏ। ਉਹਨਾਂ ਨਾਨੀ ਜੀ ਵੱਲ ਨਜ਼ਰ ਮਾਰੀ, ਅਤੇ ਆਪਣਾ ਗਲਾ ਸਾਫ਼ ਕੀਤਾ।

"ਮੈਨੂੰ ਇੱਕ ਚੰਗੀ ਨੌਕਰੀ ਮਿਲੀ ਹੈ। ਪਰ ਸਾਨੂੰ ਇਥੋਂ ਜਾਣਾ ਪਏਗਾ।"

"ਜਾਣਾ ਪਏਗਾ? ਕਿਥੇ?" ਮੰਮ ਦੀ ਆਵਾਜ਼ ਵਿੱਚ ਸਖਤੀ ਸੀ।

"ਵਾਪਿਸ ਇੰਡੀਆ," ਡੈਡ ਨੇ ਹੌਲੀ ਜਿਹੀ ਕਿਹਾ।

ਵਾਪਿਸ ਇੰਡੀਆ ਅਤੇ ਨਾਨੀ ਜੀ! ਗੀਤਾ ਦਾ ਦਿਲ ਖੁਸ਼ੀ ਨਾਲ ਉਛਲ ਪਿਆ। ਫ਼ਿਰ ਹੌਲੀ ਹੌਲੀ ਬੈਠ ਗਿਆ। ਛੱਡ ਦਈਏ ਐਮੀ ਨੂੰ, ਇਸ ਘਰ ਨੂੰ, ਉਸਦੀਆਂ ਸਹੇਲੀਆਂ ਨੂੰ?

Dad folded the letter and sat down. He glanced at Naniji, then cleared his throat.

"I've been offered a better job. But, but, we would have to move."

"Move? Where?" Mum's voice was sharp.

"Back to India," said Dad quietly.

Back to India and Naniji! Gita's heart leapt with delight. Then slowly it sank to her toes. Leave Amy, this house, her friends?

ਫ਼ਿਰ ਇੱਕ ਲੰਮੀ ਚੁੱਪ ਸੀ।

"ਤੁਸੀਂ ਨੌਕਰੀ ਲਓਗੇ, ਕਿ ਨਹੀਂ?" ਨਾਨੀ ਜੀ ਨੇ ਪੁੱਛਿਆ।

ਗੀਤਾ ਨੇ ਮੰਮੀ ਦੇ ਪੀਲੇ ਚਿਹਰੇ ਵੱਲ ਦੇਖਿਆ, ਨਾਲ ਹੀ ਡੈਡ ਦੀਆਂ ਨੀਂਵੀਆਂ ਅੱਖਾਂ ਵੱਲ ਵੀ। ਡੈਡ ਨੇ ਹੌਲੀ ਜਿਹੀ ਕਿਹਾ, "ਇਹ ਅਜਿਹੀ ਗੱਲ ਹੈ ਕਿ ਸਾਨੂੰ ਸਾਰਿਆਂ ਨੂੰ ਫ਼ੈਸਲਾ ਕਰਨਾ ਪਏਗਾ। ਅਸੀਂ ਹੁਣ ਤੀਕ ਇਥੇ ਤਿੰਨ ਸਾਲਾਂ ਤੋਂ ਰਹਿ ਰਹੇ ਹਾਂ, ਅਸੀਂ ਇਥੇ ਪੱਕੇ ਹੋ ਗਏ ਹਾਂ।"

ਗੀਤਾ ਨੇ ਨਾਨੀ ਜੀ ਵੱਲ ਵੇਖਿਆ। ਉਹ ਹੱਸ ਰਹੇ ਸਨ ... ਪਰ ਇਹ ਹੱਸਣਾ ਉਸ ਤਰ੍ਹਾਂ ਦਾ ਹੀ ਸੀ ਜਦੋਂ ਉਹ ਇੰਡੀਆ ਛੱਡ ਕੇ ਆਏ ਸਨ। ਗੀਤਾ ਦੌੜ ਕੇ ਬਾਹਰ ਆਪਣੀ ਛੁਪਣ ਵਾਲੀ ਥਾਂ ਚਲੀ ਗਈ ਆਪਣੇ ਮਨ ਪਸੰਦ ਦਰੱਖਤ ਹੇਠਾਂ।

There was a long silence.

"You will take the job, won't you?" asked Naniji.

Gita stared at Mum's pale face, Dad's downcast eyes.

Dad said slowly, "It's something we all have to decide. We've been here for three years now. We've put down roots."

Gita looked at Naniji. She was smiling - but the way she had smiled when they were leaving India. Gita ran outside to her hiding place under her favourite tree.

ਜਦੋਂ ਉਹ ਪਹਿਲੀ ਵੇਰਾਂ ਇਥੇ ਆਈ ਸੀ, ਉਹ ਆਪਣੇ ਇੰਡੀਆ ਦੇ ਘਰ ਲਈ ਦੁਖੀ ਸੀ। ਤਾਂ ਕਦੋਂ ਇਹ ਸਾਰਾ ਕੁਝ ਉਹ ਭੁੱਲ ਗਈ ਸੀ?
ਜਦੋਂ ਐਮੀ ਉਸਦੀ ਸਹੇਲੀ ਬਣੀ! ਜਦੋਂ ਪਹਿਲੀ ਵੇਰਾਂ ਉਹ ਆਈਸ ਸਕੇਟਿੰਗ ਲਈ ਗਈ? ਗੀਤਾ ਨੇ ਆਪਣੀ ਗੁੱਡੀ ਖੋਲ੍ਹੀ, ਹਰ ਇਕ ਨੂੰ ਬਾਹਰ ਕੱਢਿਆ, ਸਿਰੇ ਤੱਕ। ਇਹ ਸਾਰਾ ਕੁਝ ਉਸਦੇ ਅੰਦਰ ਵਰਗਾ ਸੀ, ਜਿਵੇਂ ਬਹੁਤ ਸਾਰੇ ਵੱਖ ਵੱਖ ਪਲ ... ਰਾਉਂਡਰਜ਼ ਖੇਡਣਾ, ਕੈਂਪਿੰਗ, ਗਵਾਂਢੀ ਮਿਸਟਰ ਫਲਿੰਚ ਨਾਲ ਗੁਲਾਬ ਦੇ ਪੌਦੇ ਲਗਾਣੇ ।।। ਇੰਡੀਆ ਹੁਣ ਦੂਰ ਦੇ ਇੱਕ ਰੰਗ ਦਾ ਧੁੰਦਲਾ ਛਿੱਟਾ ਸੀ। ਇੱਥੇ ਸਭ ਕੁਝ ਸਾਫ਼ ਤੇ ਪੂਰਾ ਸੀ, ਉੱਚਾ ਅਤੇ ਹੁਣ।

When she'd first moved here, how she'd ached for her home in India. Just when had she stopped missing it? When she and Amy became friends? When she first went ice-skating? Gita opened her doll, took out each one, right down to the centre. It was like that inside her, so many different moments - playing baseball, camping, planting roses with Mr Flinch next door ... India was now a blur of distant colour. Here was full and clear, loud and now.

ਗੀਤਾ ਨੇ ਗੁੱਡੀਆਂ ਇਕੱਠੀਆਂ ਕਰਕੇ ਵਾਪਿਸ ਰੱਖ ਦਿਤੀਆਂ। ਕਿਤਨੀਆਂ ਸੁੰਦਰ ਉਹ ਫ਼ਿੱਟ ਹੁੰਦੀਆਂ ਸਨ ਜਿਵੇਂ ਕਿ ਇਸਦੇ ਸਾਰੇ ਹਿੱਸੇ ਫ਼ਿੱਟ ਹੁੰਦੇ ਹਨ। ਨਾਨੀ ਜੀ ਤੋਂ ਬਿਨਾ ਵੀ ਜਿਵੇਂ ਘਰ ਇੱਥੇ ਹੀ ਹੋਵੇ।

ਪਰ ਕੀ ਹੋਏਗ ਜੇ ਮੰਮ ਅਤੇ ਡੈਡ ਨੇ ਵਾਪਿਸ ਜਾਣ ਦਾ ਫ਼ੈਸਲਾ ਕਰ ਲਿਆ ਤਾਂ?

ਉਹ ਦੌੜ ਕੇ ਅੰਦਰ ਚਲੀ ਗਈ। ਮੰਮ, ਡੈਡ ਅਤੇ ਨਾਨੀ ਜੀ ਦੀਆਂ ਅਵਾਜ਼ਾਂ ਡਿਗਦੇ ਸੁੱਕੇ ਪੱਤਿਆਂ ਵਾਂਗ ਚੱਕਰ ਖਾ ਰਹੀਆਂ ਸਨ।

Gita put the dolls back together. How beautifully they fit. Just like all the parts of her fit - fit here. Even without Naniji, home was here.

But what if Mum and Dad decided to go back?

She ran inside. The voices of Mum, Dad and Naniji rustled and swirled like falling leaves.

"ਮੰਮ, ਡੈਡ, ਮੈਂ ਨਹੀਂ ਜਾ ਸਕਦੀ, ਮੈਂ ਨਹੀਂ ਜਾਵਾਂਗੀ। ਇਹ ਸਾਡਾ ਘਰ ਹੈ, ਮੈਂ ਇਥੇ ਰਹਿਣਾ ਹੈ।"

ਮੰਮ ਨੇ ਉਸ ਨੂੰ ਜੱਫ਼ੀ ਵਿੱਚ ਲਿਆ।

"ਇਹ ਠੀਕ ਹੈ, ਗੀਤਾ," ਡੈਡ ਨੇ ਕਿਹਾ। "ਅਸੀਂ ਨਹੀਂ ਜਾ ਰਹੇ।"

ਗੀਤਾ ਨੇ ਡੂੰਘਾ ਸਾਹ ਲਿਆ। "ਅਸੀਂ ਇਥੇ ਹੀ ਰਹਿ ਰਹੇ ਹਾਂ।" ਫ਼ਿਰ ਉਸ ਨੇ ਨਾਨੀ ਜੀ ਦਾ ਚਿਹਰਾ ਵੇਖਿਆ।

"Mum, Dad, I can't go, I won't. This is home, I have to stay."

Mum held her close.

"It's all right, Gita," said Dad. "We're not going."

Gita took a deep breath. "We're staying." Then she saw Naniji's face.

"ਨਾਨੀ ਜੀ, ਮੈਂ ਤੁਹਾਡੇ ਨਾਲ ਰਹਿਣਾ ਚਾਹੁੰਦੀ ਹਾਂ ਪਰ ..." ਉਸ ਨੇ ਗੁੱਡੀ ਨੂੰ ਆਪਣੇ ਦਿਲ ਨਾਲ ਲਾ ਕੇ ਰੱਖਿਆ। "ਸੱਭ ਕੁਝ ਇਥੇ ਹੀ ਹੈ, ਪਰ ਤੁਸੀਂ।"

ਮੰਮ ਮੁਸਕਰਾਈ। "ਮੇਰਾ ਕੁਝ ਹਿੱਸਾ ਇੰਡੀਆ ਨੂੰ ਮਿੱਸ ਕਰਦਾ ਹੈ, ਸਾਡੇ ਪਰਵਾਰ, ਉਹ ਰੰਗ, ਚੰਬੇ ਦੀ ਖੁਸ਼ਬੋ। ਪਰ ਅਸੀਂ ਇਥੇ ਆਉਣਾ ਚੁਣਿਆ ਹੈ, ਅਤੇ ਮੈਂ ਇਸ ਨੂੰ ਵੀ ਪਿਆਰ ਕਰਦੀ ਹਾਂ।"

"ਸਾਡੇ ਨਾਲ ਰਹੋ, ਨਾਨੀ ਜੀ," ਗੀਤਾ ਨੇ ਘੁਸਰ ਮੁਸਰ ਕੀਤੀ। "ਪਲੀਜ਼?"

"Naniji, I want to be with you, but ..." She held the doll against her heart. "Everything's here, but you."

Mum smiled. "Part of me still misses India, our families, oh the colours, the scent of jasmine. But we chose to come here, and I love it too."

"Stay with us, Naniji," whispered Gita. "Please?"

"ਮੇਰਾ ਘਰ ਪਿਛੇ ਇੰਡੀਆ ਵਿਚ ਹੈ ," ਨਾਨੀ ਜੀ ਨੇ ਹੌਲੀ ਜਿਹੀ ਕਿਹਾ । "ਮੈਨੂੰ ਉਥੇ ਚੰਗਾ ਲਗਦਾ ਹੈ , ਜਿਵੇਂ ਤੁਹਾਨੂੰ ਇਥੇ ਚੰਗਾ ਲਗਦਾ ਹੈ। ਉਥੇ ਹੀ ਮੇਰੀਆਂ ਸਾਰੀਆਂ ਯਾਦਾਂ ਹਨ , ਮੇਰਾ ਸਾਰਾ ਕੁਝ ... ਸੱਭ ਕੁਝ , ਇਕ ਤੁਹਾਡੇ ਬਿਨਾ ।"

"ਤੁਸੀਂ ਨਵੀਆਂ ਯਾਦਾਂ ਬਣਾ ਸਕਦੇ ਹੋ। ਇਥੇ ।"

"ਮੈਂ ਪਹਿਲਾਂ ਹੀ ਬਣਾ ਲਈਆਂ ਹਨ ।" ਨਾਨੀ ਜੀ ਨੇ ਕਿਹਾ , "ਕੁਝ ਵਾਪਿਸ ਲੈ ਜਾਣੀਆਂ ਅਤੇ ਉਹਨਾਂ ਨੂੰ ਨਾਲ ਰਖਣਾ ਜੋ ਤੁਹਾਡੀਆਂ ਹਨ । ਪਰ ਯਾਦ ਰਖੋ ਮੇਰਾ ਕੁਝ ਹਿੱਸਾ ਹਮੇਸ਼ਾ ਤੁਹਾਡੇ ਨਾਲ ਹੈ ।"

"My home is back in India," said Naniji softly. "I love it there, just as you love it here. It's where all my memories are, all the parts of me - everything except you."

"You can make new memories. Here."

"I already have," said Naniji. "To take back and keep with the ones I have of you there. But remember part of me is always with you."

ਗੀਤਾ ਮੁਸਕਰਾਈ, ਹਾਂ ਨਾਨੀ ਜੀ ਇਥੇ ਹੀ ਸਨ ... ਗੁਲਾਬ ਦੀਆਂ ਟਾਹਣੀਆਂ ਨੂੰ ਤਰਾਸ਼ਣ ਵਿੱਚ ਸਹਾਇਤਾ ਕਰ ਰਹੇ ਸਨ, ਹੱਸ ਰਹੇ ਸਨ, ਰਾਊਂਡਰ ਬੈਟ ਨੂੰ ਘੁਮਾ ਰਹੇ ਸਨ, ਇਹ ਕਹਿ ਰਹੇ ਸਨ ਕਿ ਉਨ੍ਹਾਂ ਨੂੰ ਕ੍ਰਿਕਿਟ ਪਸੰਦ ਹੈ, ਸ਼ਾਨਦਾਰ ਸਾੜ੍ਹੀਆਂ ਉਸਨੂੰ ਅਤੇ ਐਮੀ ਨੂੰ ਬੰਨ੍ਹ ਰਹੇ ਸਨ। ਨਾਨੀ ਜੀ, ਨਾਨੀ ਜੀ ਤਾਰਿਆਂ ਹੇਠਾਂ ਕਹਾਣੀਆਂ ਘੜ ਰਹੇ ਸਨ। ਅਤੇ ਗੀਤਾ ਦਾ ਹਿੱਸਾ ਹਮੇਸ਼ਾ ਉਨ੍ਹਾਂ ਨਾਲ ਰਹੇਗਾ। ਗੀਤਾ ਨੇ ਗੁੱਡੀ ਨੂੰ ਖੋਲ੍ਹਿਆ, ਪੂਰੇ ਸਿਰੇ ਤੱਕ। ਉਸਦੀਆਂ ਅੱਖਾਂ ਵਿੱਚ ਚੀਸ ਪੈ ਰਹੀ ਸੀ , ਉਸ ਨੇ ਸੱਭ ਤੋਂ ਛੋਟੀ ਗੁੱਡੀ ਨਾਨੀ ਜੀ ਦੇ ਹੱਥਾਂ ਵਿਚ ਦੇ ਦਿਤੀ।

Gita managed a smile. Yes, Naniji was here - helping trim roses, laughing, swinging a rounders bat, saying she preferrd cricket, winding brilliant saris around her and Amy. Naniji. Naniji spinning stories under the stars. And part of Gita would always be with her. Gita opened the doll, right to the centre. Eyes stinging, she pressed the smallest doll into Naniji’s hand.

ਬਾਹਰ ਹਵਾ ਦੇ ਇਕ ਝੋਕੇ ਨੇ ਉਸ ਦੇ ਦਰਖੱਤ ਦੀਆਂ ਟਾਹਣੀਆਂ ਨੂੰ ਹਿਲਾਣਾ ਸ਼ੁਰੂ ਕਰ ਦਿਤਾ।
"ਦੇਖੋ," ਗੀਤਾ ਨੇ ਕਿਹਾ, "ਮੇਰਾ ਇਹ ਦਰਖੱਤ ਵੀ ਤੁਹਾਡੇ ਆਉਣ ਦੀ ਖ਼ੁਸ਼ੀ ਮਨਾ ਰਿਹਾ ਹੈ।"
ਨਾਨੀ ਜੀ ਨੇ ਗੀਤਾ ਦੀ ਗਲ੍ਹ ਨੂੰ ਹੱਥ ਲਾਇਆ, "ਅਤੇ ਤੁਹਾਡਾ ਘਰ ਵੀ।"
ਹੌਲੀ ਹੌਲੀ ਗੀਤਾ ਮੁਸਕਰਾਈ। "ਹਾਂ, ਮੇਰਾ ਘਰ," ਉਸ ਨੇ ਹੌਲੀ ਜਿਹੀ ਕਿਹਾ।

A gust of wind outside set the branches of her tree dancing.
"Look," said Gita, "my tree's celebrating your visit."
Naniji touched Gita's cheek. "And your home."
Slowly Gita smiled. "Yes, my home," she whispered.

After reading this story, you may wish to think about the following questions:

1. Gita's grandmother lives far away. Where do your grandparents live?

2. How does Gita feel about moving? How would you feel if you had to move to another place?

3. What do you think Gita's gift is?